Impressum
Verlag: BABADADA GmbH, Nedderfeld 112 , 22529 Hamburg
Geschäftsführer / Verlagsleitung: Harald Hof
Druck: Books on Demand GmbH, In de Tarpen 42, 22848 Norderstedt

Imprint
Publisher: BABADADA GmbH, Nedderfeld 112 , 22529 Hamburg, Germany
Managing Director / Publishing direction: Harald Hof
Print: Books on Demand GmbH, In de Tarpen 42, 22848 Norderstedt

trường học
學校

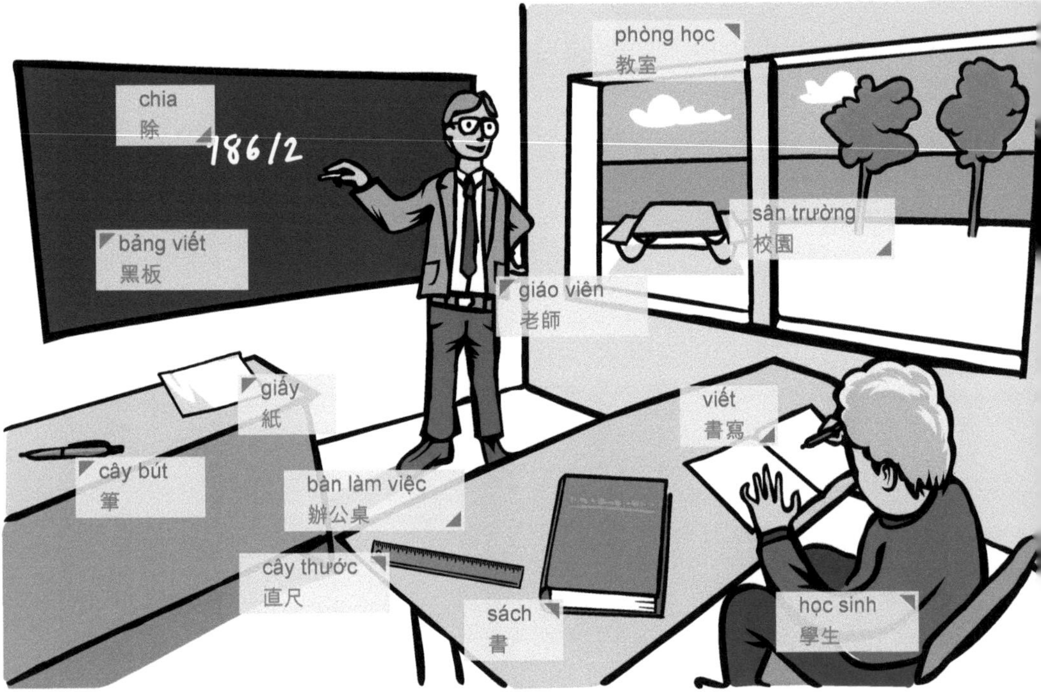

phòng học
教室
chia
除
186/2
bảng viết
黑板
sân trường
校園
giáo viên
老師
giấy
紙
viết
書寫
cây bút
筆
bàn làm việc
辦公桌
cây thước
直尺
sách
書
học sinh
學生

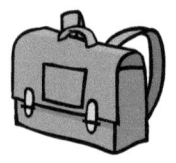

cặp đeo vai học sinh

書包

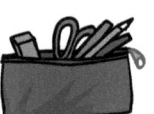

hộp đựng bút

鉛筆盒

bút chì

鉛筆

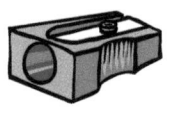

cái gọt bút chì

削鉛筆機

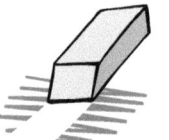

cục tẩy

橡皮擦

tập giấy vẽ

畫板

bản vẽ

圖畫

cọ vẽ

畫筆

hộp mực vẽ

顏料盒

cây kéo

剪刀

keo dán

膠水

sách bài tập

練習冊

bài tập ở nhà

家庭作業

số

數字

cộng

加

trừ

減

nhân

乘

tính toán

計算

chữ cái

字母

bảng chữ cái

字母表

từ

字

văn bản

課文

đọc

讀

phấn viết

粉筆

bài học

上課

sổ lớp

登記

thi kiểm tra

考試

chứng chỉ

證書

đồng phục học sinh

校服

giáo dục

教育

từ điển bách khoa

百科全書

đại học

大學

kính hiển vi

顯微鏡

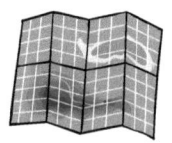

bản đồ

地圖

thùng rác giấy

廢紙簍

khách sạn
飯店

Grand

nhà trọ
青年旅社

ROOMS

quầy đổi tiền
外幣兌換處

EXCHANGE

va li
手提箱

xe ô tô
汽車

ngôn ngữ

語言

có / không

是/否

ô kê

好的

Xin chào

您好

thông dịch viên

翻譯人員

cám ơn

謝謝

... bao nhiêu tiều?

......多少錢？

tôi không hiểu

我不明白

vấn đề

問題

Xin chào! (buổi tối)

晚上好！

xin chào! (buổi sáng)

早上好！

chúc ngủ ngon!

晚安！

tạm biệt

再見

hướng đi

方向

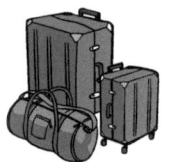

hành lý

行李

túi xách

包

túi ba lô

背包

khách

客人

phòng

房間

túi ngủ

睡袋

lều

帳篷

thông tin du lịch

旅行資訊

bãi biển

海灘

thẻ tín dụng

信用卡

ăn sáng

早餐

ăn trưa

午餐

ăn tối

晚餐

vé xe

票

thang máy

電梯

tem bưu điện

郵票

biên giới

邊界

hải quan

海關

đại sứ quán

大使館

thị thực

簽證

hộ chiếu

護照

vận chuyển
交通運送

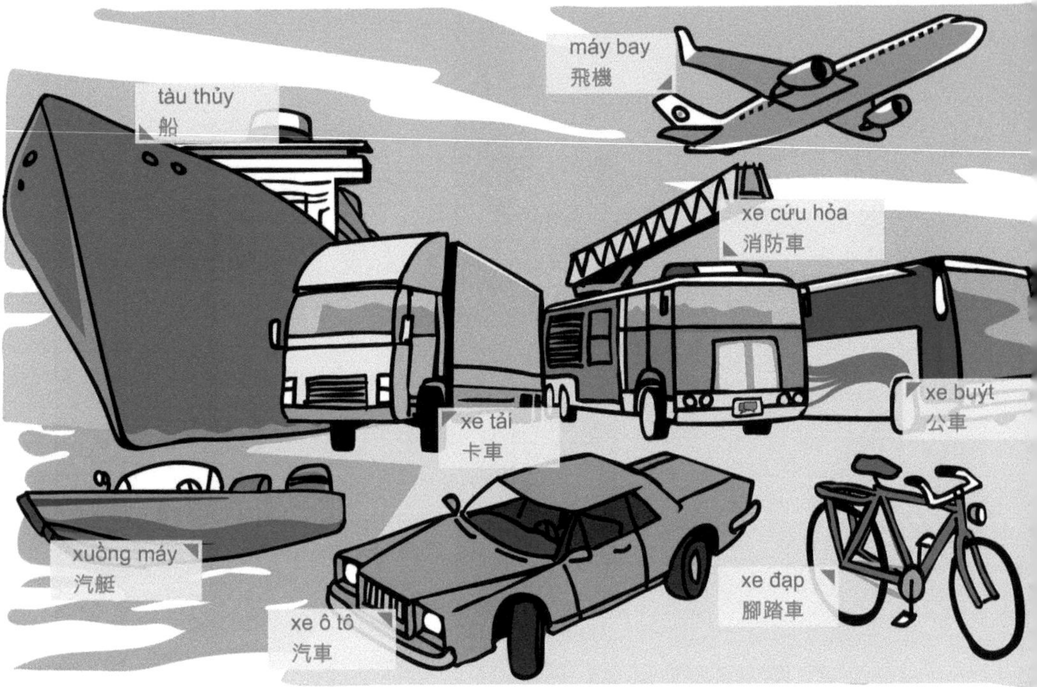

máy bay
飛機
tàu thủy
船
xe cứu hỏa
消防車
xe tải
卡車
xe buýt
公車
xuồng máy
汽艇
xe đạp
腳踏車
xe ô tô
汽車

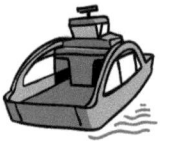

phà
渡輪

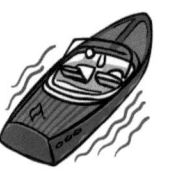

xuồng
小船

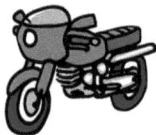

xe máy
機車

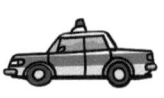

xe cảnh sát
警車

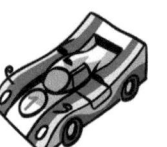

xe đua
賽車

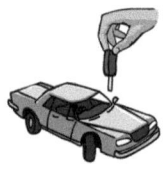

xe cho thuê
租車

dịch vụ thuê xe tự lái

拼車

xe kéo cứu hộ

拖車

xe rác

垃圾車

động cơ

馬達

xăng

汽油

trạm xăng

加油站

biển báo giao thông

交通標識

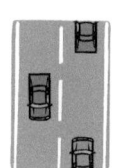

giao thông

交通

ách tắc giao thông

交通堵塞

bãi đậu xe

停車場

nhà ga

火車站

đường ray

軌道

xe lửa

火車

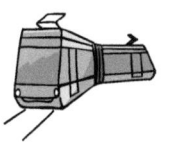

tàu điện

路面電車

toa xe

客車廂

máy bay trực thăng

直升機

sân bay

機場

tháp

塔

hành khách

乘客

côngtenơ

集裝箱

thùng các-tông

紙板箱

xe đẩy

手推車

cái giỏ

籃子

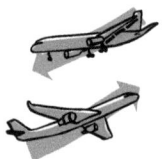

cất cánh / hạ cánh

起飛/降落

thành phố

城市

làng

村莊

trung tâm thành phố

市中心

nhà

房子

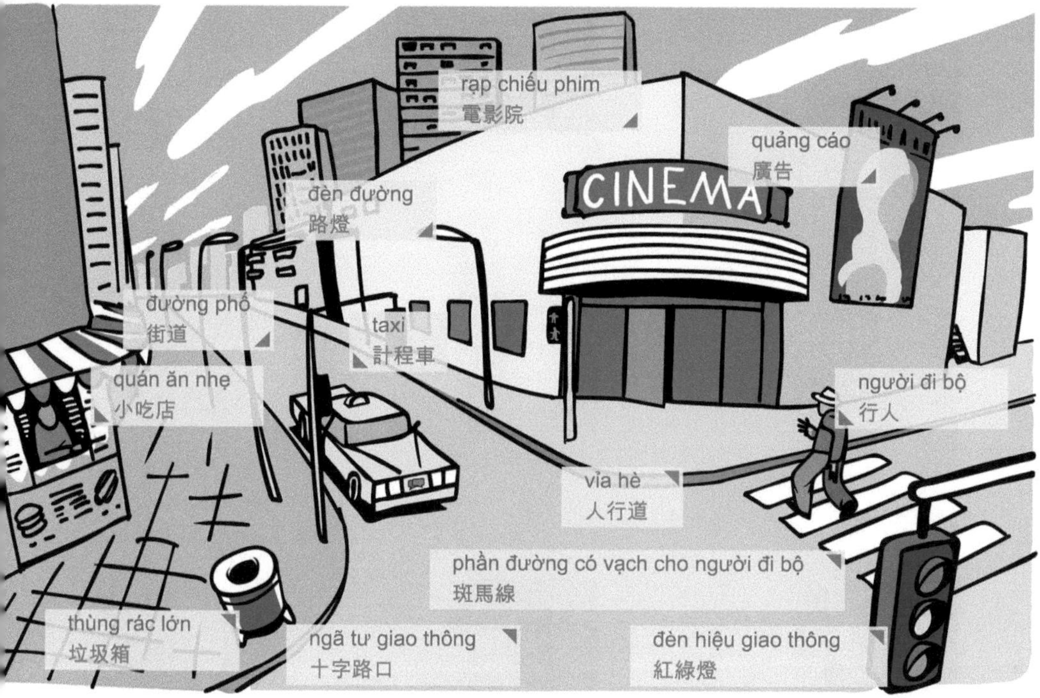
rạp chiếu phim
電影院
quảng cáo
廣告
CINEMA
đèn đường
路燈
đường phố
街道
taxi
計程車
quán ăn nhẹ
小吃店
người đi bộ
行人
vỉa hè
人行道
phần đường có vạch cho người đi bộ
斑馬線
thùng rác lớn
垃圾箱
ngã tư giao thông
十字路口
đèn hiệu giao thông
紅綠燈

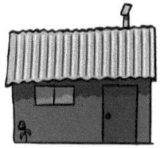

nhà chòi

小屋

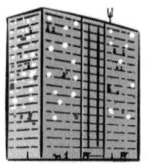

căn hộ

公寓

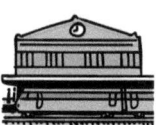

nhà ga

火車站

tòa thị chính

市政廳

MUSEUM

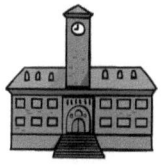

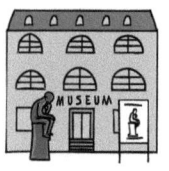

viện bảo tàng

博物館

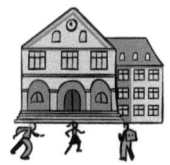

trường học

學校

đại học

大學

ngân hàng

銀行

bệnh viện

醫院

khách sạn

飯店

hiệu thuốc

藥房

văn phòng

辦公室

hiệu sách

書店

cửa hiệu

商店

cửa hiệu bán hoa

花店

siêu thị

超市

chợ

市場

cửa hàng bách hóa

百貨商店

người bán cá

魚店

trung tâm mua bán

購物中心

bến cảng

海港

công viên

公園

ghế băng

長凳

cầu

橋

cầu thang

樓梯

tàu điện ngầm

捷運

đường hầm

隧道

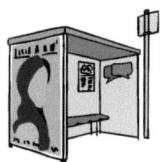

trạm xe buýt

公車站

quán bar

酒吧

khách sạn

餐館

hòm thư công cộng

郵筒

bảng hiệu đường

路標

đồng hồ đậu xe

停車計時器

vườn bách thú

動物園

bể bơi

游泳池

nhà thờ Hồi giáo

清真寺

nông trại

農場

ô nhiễm môi trường

污染

nghĩa trang

墓地

nhà thờ

教堂

sân chơi

操場

ngôi đền

寺廟

phong cảnh
地形

lá cây
樹葉

bảng chỉ đường
指示牌

lối đi
路

bãi cỏ
草地

hòn đá
石頭

người đi bộ đường dài
徒步旅行者

cây
樹

sông
河

cỏ
草

bông hoa
花

thung lũng

峽谷

đồi

丘陵

hồ nước

湖

rừng

森林

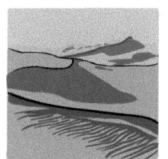

sa mạc

沙漠

núi lửa

火山

lâu đài

城堡

cầu vồng

彩虹

nấm

蘑菇

cây cọ

棕櫚樹

con muỗi

蚊子

con ruồi

蒼蠅

con kiến

螞蟻

con ong

蜜蜂

con nhện

蜘蛛

bọ cánh cứng

甲蟲

con ếch

青蛙

con sóc

松鼠

con nhím

刺蝟

con thỏ

野兔

con cú

貓頭鷹

con chim

鳥

thiên nga

天鵝

heo rừng

野豬

con hươu

鹿

nai sừng tấm

麋鹿

đê

水壩

tuabin gió

風力發電機

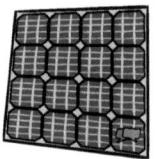

tấm năng lượng mặt trời

太陽能電池板

khí hậu

氣候

khách sạn
餐館

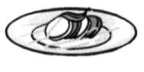

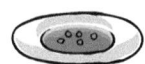

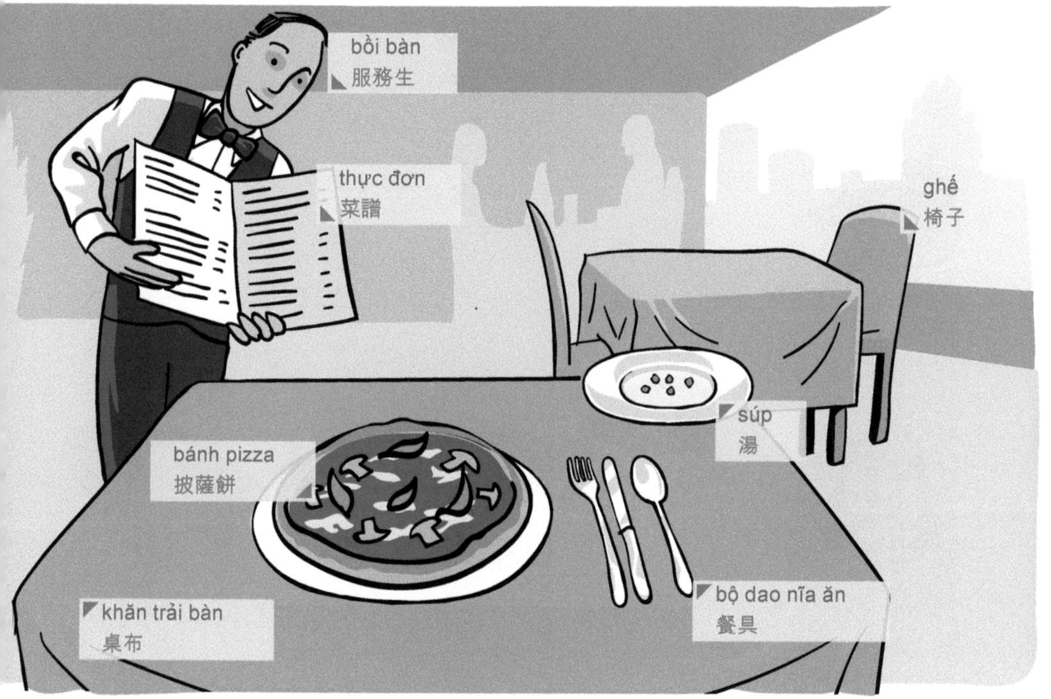
bồi bàn
服務生
thực đơn
菜譜
ghế
椅子
súp
湯
bánh pizza
披薩餅
khăn trải bàn
桌布
bộ dao nĩa ăn
餐具

món ăn khai vị

前菜

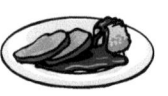

món ăn chính

主菜

món tráng miệng

甜點

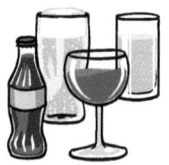

thức uống

飲料

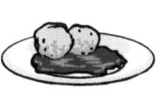

thức ăn

食物

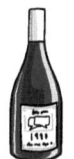

cái chai

瓶子

thức ăn nhanh

速食

thức ăn đường phố

街邊小吃

ấm trà

茶壺

hộp đường

糖盒

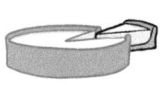

khẩu phần

一份飯菜

máy pha espresso

義式咖啡機

ghế cao

高腳椅

hóa đơn

帳單

khay

托盤

dao

刀

nĩa

餐叉

thìa

勺子

thìa uống trà

茶匙

khăn ăn

餐巾

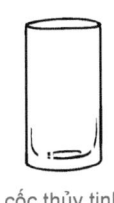

cốc thủy tinh

玻璃杯

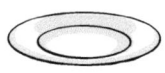

đĩa

碟子

đĩa súp

湯盤

đĩa lót cốc

碟子

nước sốt

醬

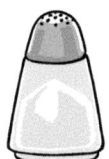

lọ muối

鹽瓶

cái xay tiêu

胡椒研磨罐

giấm

醋

dầu

食用油

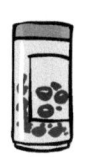

gia vị

調味料

nước xốt cà chua

番茄醬

tương hạt cải

芥末

nước sốt mayonnaise

美乃滋

siêu thị

超市

chào giá đặc biệt
特價
FOR
khách hàng
顧客
sản phẩm từ sữa
乳製品
trái cây
水果
xe đẩy mua sắm
購物車

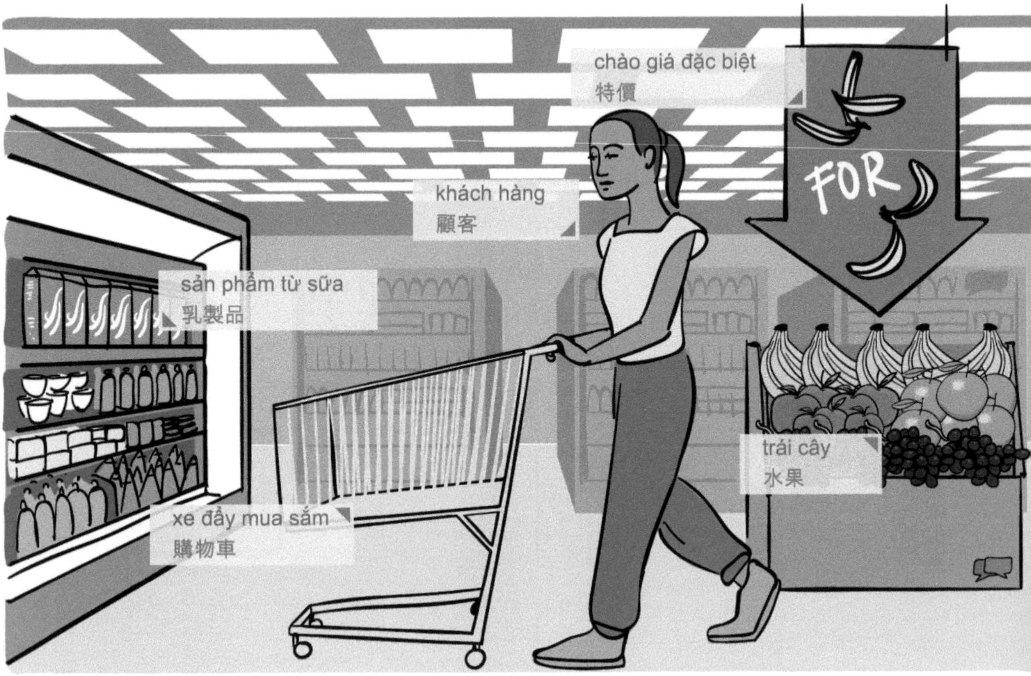

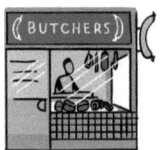

BUTCHERS

lò mổ

肉鋪

BAKERY

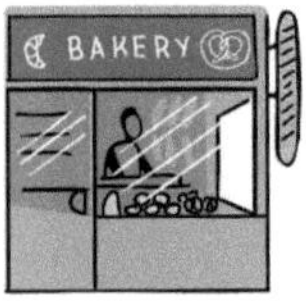

cửa hiệu bán bánh mì

麵包店

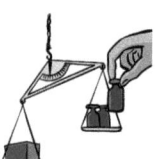

cân nặng

稱重

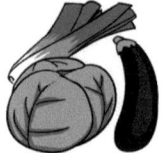

rau quả

蔬菜

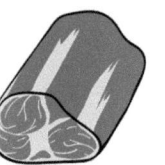

thịt

肉

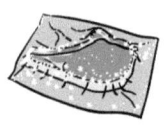

thức ăn đông lạnh

冷凍食品

lát thịt nguội

冷盤

đồ hộp

罐頭食品

bột giặt

洗衣粉

đồ ngọt

甜食

sản phẩm dùng trong gia
đình

日用品

chất tẩy rửa

清潔用品

người bán hàng

銷售員

quầy trả tiền

收銀機

nhân viên thu ngân

收銀員

danh sách mua sắm

購物清單

giờ mở cửa

開放時間

ví tiền

錢包

thẻ tín dụng

信用卡

túi đeo

袋子

túi ny lông

塑膠袋

nước

水

nước quả ép

果汁

sữa

牛奶

coca-cola

可樂

rượu vang

紅酒

bia

啤酒

cồn

酒

cacao

可可

trà

茶

cà phê

咖啡

espresso

義式濃縮咖啡

cappuccino

卡布奇諾

chuối

香蕉

quả táo

蘋果

quả cam

柳丁

dưa hấu

西瓜

chanh

檸檬

cà rốt

胡蘿蔔

tỏi

大蒜

tre

竹子

củ hành

洋蔥

nấm

蘑菇

hạt dẻ

堅果

mì

麵條

mì spaghetti

義大利麵

cơm

米飯

xà lách

沙拉

khoai tây chiên

薯條

khoai tây chiên

炸馬鈴薯

bánh pizza

披薩餅

bánh hamburger

漢堡

bánh mì sandwich

三明治

thịt côtlet

炸豬排

thịt giăm bông

火腿

xúc xích

義大利臘腸

dồi

香腸

gà

雞肉

rán

烤肉

cá

魚

cháo yến mạch

燕麥片

cháo muesli

木斯里

bánh bột ngô nướng

玉米片

bột mì

麵粉

bánh sừng bò

牛角麵包

bánh mì

麵包捲

bánh mì

麵包

bánh mì nướng

吐司

bánh bích quy

餅乾

bơ

奶油

sữa đông

凝乳

bánh ngọt

蛋糕

trứng

蛋

trứng rán

煎蛋

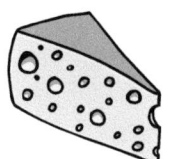

pho mát

起司

kem

冰淇淋

đường

糖

mật ong

蜂蜜

mứt

果醬

kem nougat

巧克力醬

cà ri

咖哩

nông trại
農場

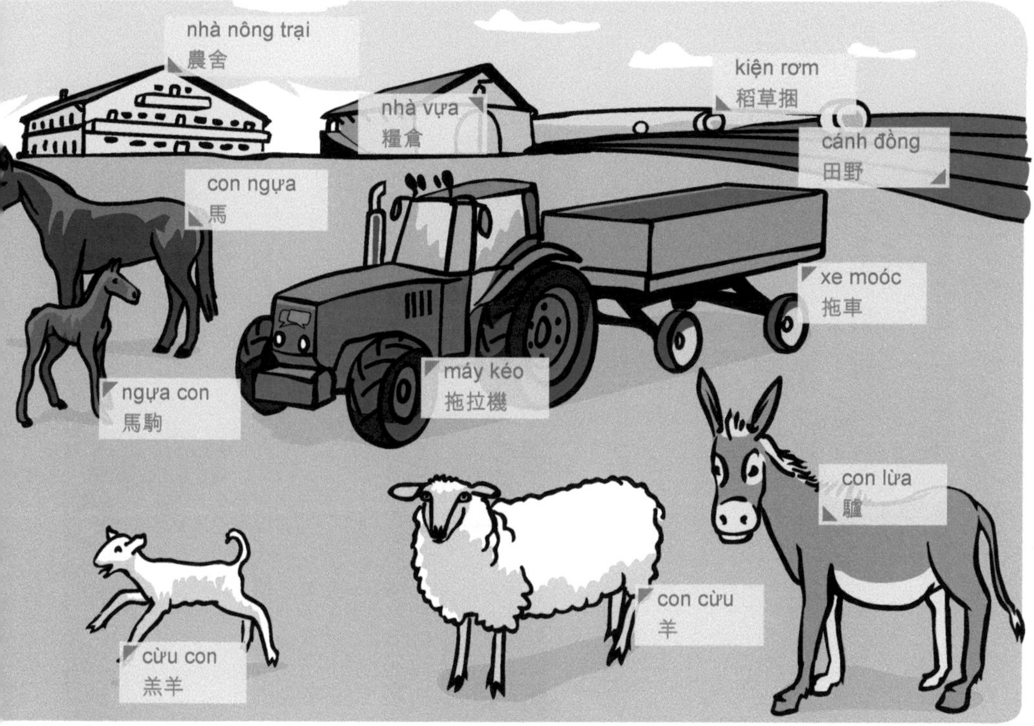

nhà nông trại
農舍
nhà vựa
糧倉
kiện rơm
稻草捆
cánh đồng
田野
con ngựa
馬
xe moóc
拖車
máy kéo
拖拉機
ngựa con
馬駒
con lừa
驢
con cừu
羊
cừu con
羔羊

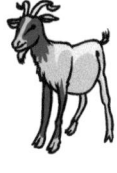

con dê
山羊

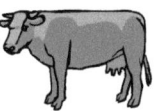

con bò
奶牛

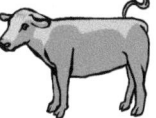

con bê
小牛

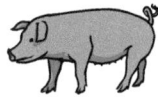

con lợn
豬

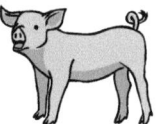

lợn con
小豬

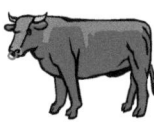

bò đực
公牛

con ngỗng

鵝

con vịt

鴨

gà con

小雞

gà mái

母雞

gà trống

公雞

con chuột

鼠

mèo

貓

chuột nhắt

老鼠

bò đực

牛

con chó

狗

nhà chuồng chó

狗屋

ống tưới vườn cây

花園澆水軟管

thùng tưới cây

澆水壺

lưỡi hái

長柄大鐮刀

cái cày

犁

cái liềm

鐮刀

cái cuốc

鋤頭

cái chĩa

長柄草耙

cái rìu

斧頭

xe cút kít

獨輪手推車

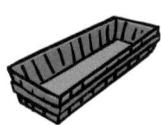

máng ăn

飼料槽

lọ sữa

牛奶罐

bao tải

麻布袋

hàng rào

柵欄

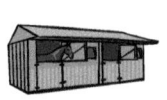

chuồng

馬廄

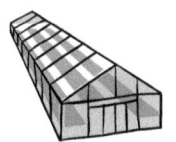

nhà kính trồng cây

溫室

đất trồng

土壤

hạt giống

種子

phân bón

肥料

máy gặt đập liên hợp

聯合收割機

thu hoạch

收割

mùa thu hoạch

收割

khoai lang

地瓜

lúa mì

小麥

đậu nành

大豆

khoai tây

土豆

ngô

玉米

hạt cải dầu

油菜籽

cây ăn trái

果樹

sắn

樹薯

ngũ cốc

穀物

nhà
房子

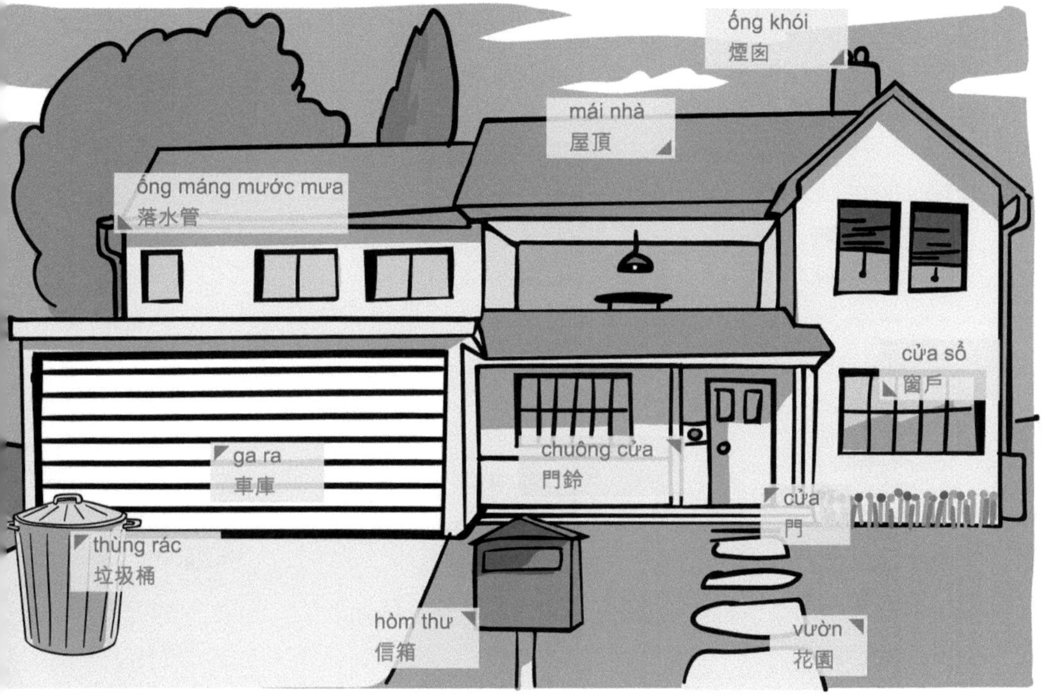
ống khói
煙囪
mái nhà
屋頂
ống máng mước mưa
落水管
cửa sổ
窗戶
ga ra
車庫
chuông cửa
門鈴
cửa
門
thùng rác
垃圾桶
hòm thư
信箱
vườn
花園

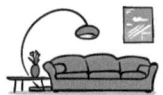

phòng khách

客廳

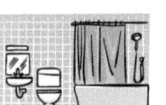

phòng tắm

浴室

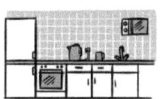

bếp

廚房

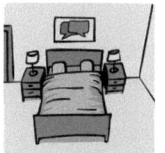

phòng ngủ

臥室

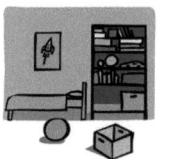

phòng trẻ em

兒童房

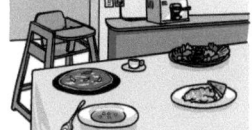

phòng ăn

餐廳

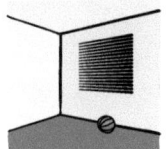

nền nhà

地板

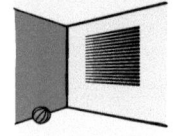

tường

牆壁

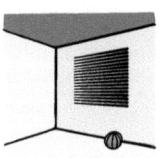

trần nhà

天花板

tầng hầm

地窖

tắm hơi

三溫暖

ban công

陽臺

sân hiên

露臺

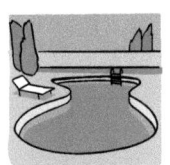

bể bơi

游泳池

máy cắt cỏ

割草機

khăn trải giường

被單

khăn trải giường

床罩

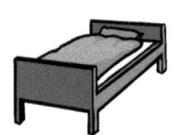

giường

床

chổi

掃帚

cái xô

水桶

công tắc điện

開關

phòng khách
客廳

giấy dán tường
壁紙
hình ảnh
相片
đèn
檯燈
cái kệ
擱架
tủ
櫥櫃
ti vi
電視
lò sưởi
壁爐
bông hoa
花
gối
墊子
ghế sofa
沙發
bình hoa
花瓶
điều khiển từ xa
遙控器

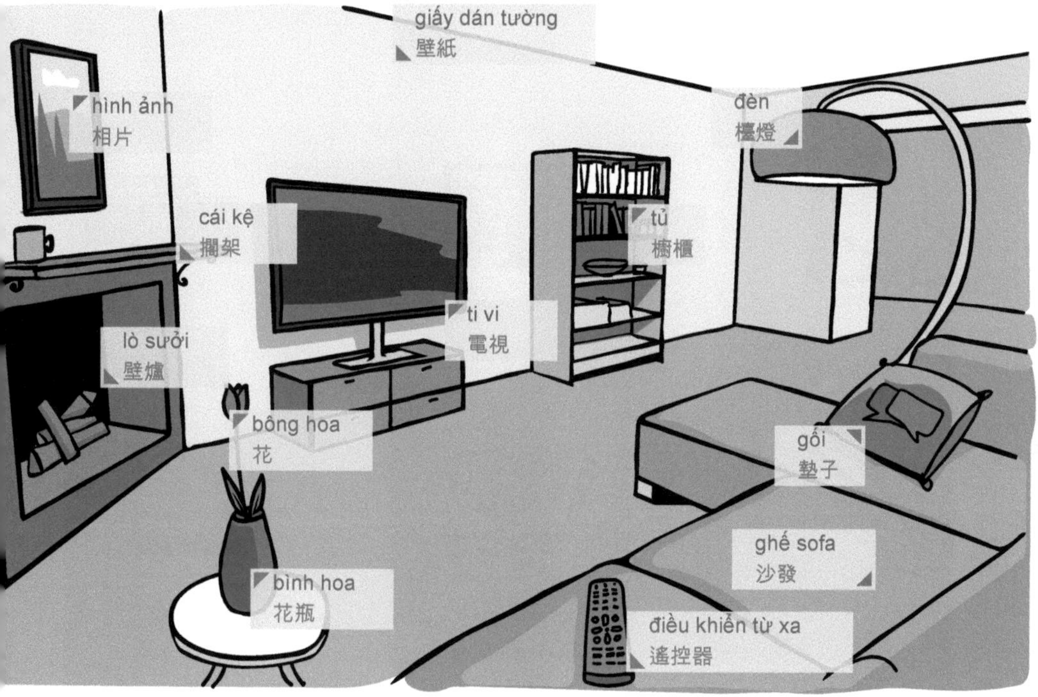

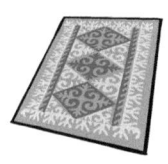

thảm

地毯

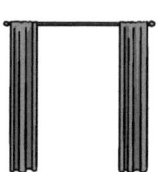

rèm

窗簾

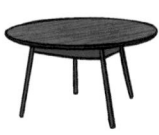

cái bàn

餐桌

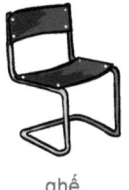

ghế

椅子

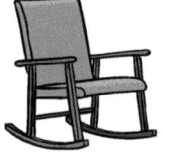

ghế bập bênh

搖椅

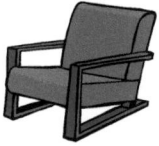

ghế bành

扶手椅

sách
書

cái chăn
毯子

đồ trang trí
裝飾品

củi
木柴

phim
電影

máy hi-fi
高傳真音響

chìa khóa
鑰匙

báo
報紙

bức tranh
油畫

áp phích
海報

radio
收音機

sổ ghi chép
筆記本

máy hút bụi
吸塵器

cây xương rồng
仙人掌

cây nến
蠟燭

bếp
廚房

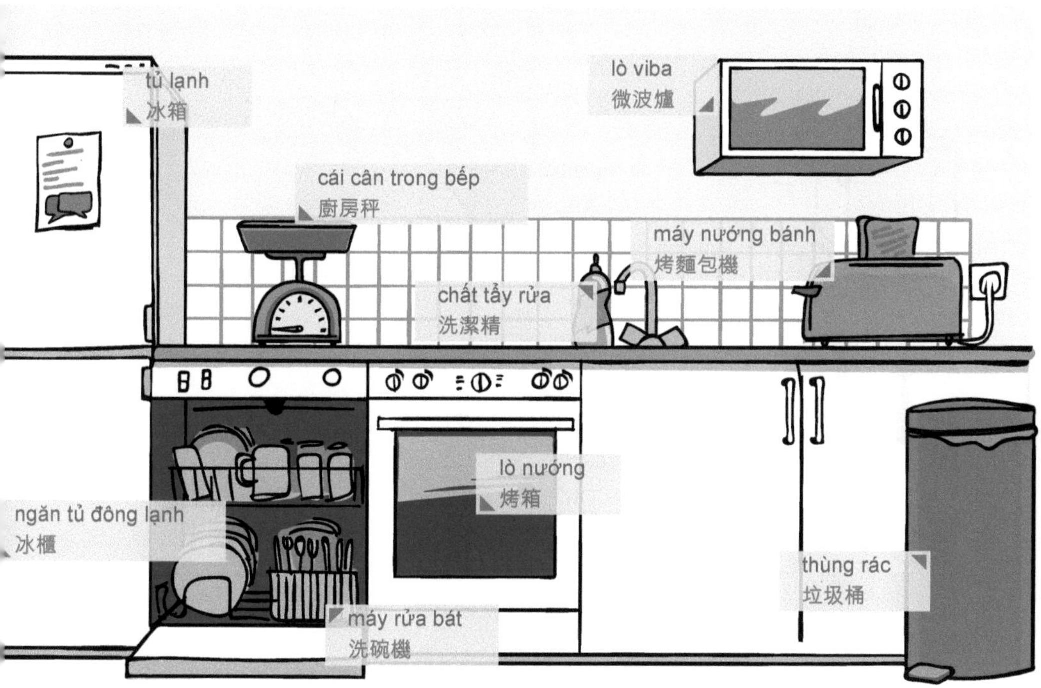
tủ lạnh
冰箱
lò viba
微波爐
cái cân trong bếp
廚房秤
máy nướng bánh
烤麵包機
chất tẩy rửa
洗潔精
lò nướng
烤箱
ngăn tủ đông lạnh
冰櫃
thùng rác
垃圾桶
máy rửa bát
洗碗機

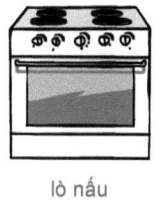

lò nấu
炊具

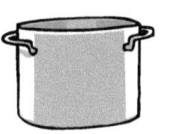

nồi
鍋

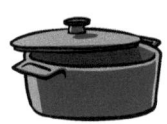

nồi sắt
鑄鐵鍋

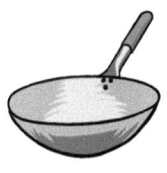

chảo
炒鍋

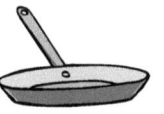

chảo
平底鍋

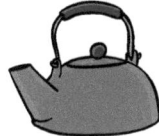

ấm đun nước
水壺

nồi đun hơi

蒸鍋

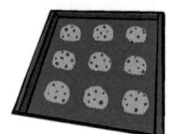

khay lò nướng

烤盤

bát đĩa

陶瓷鍋

cốc

馬克杯

cái bát

碗

đũa

筷子

cái vá

長柄勺

bàn xẻng

鏟子

que đánh kem

攪拌器

rây dùng trong bếp

濾網

cái rây lọc

篩子

cái nạo

磨碎機

vữa

研缽

vỉ nướng

燒烤

ngọn lửa trần

明火

cái thớt

菜板

trục cán bột

擀麵杖

cái mở nút chai

開瓶器

vỏ đồ hộp

罐子

cái mở vỏ đồ hộp

開罐器

miếng nhấc nồi

隔熱手套

bồn rửa bát

水槽

bàn chải

刷子

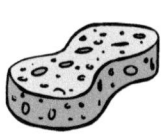

miếng xốp

海綿

máy xay

攪拌機

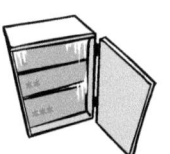

tủ đông lạnh

冷藏箱

bình sữa cho trẻ sơ sinh

奶瓶

vòi nước

水龍頭

phòng tắm
浴室

lò sưởi
供暖裝置
khăn lau
毛巾
vòi hoa sen
淋浴
rèm che ngăn tắm
浴簾
tắm bọt
泡沫浴
bồn tắm
浴缸
cốc thủy tinh
玻璃杯
máy giặt
洗衣機
vòi nước
水龍頭
gạch lát
瓷磚
cái bô
便壺
bồn rửa bát
水槽

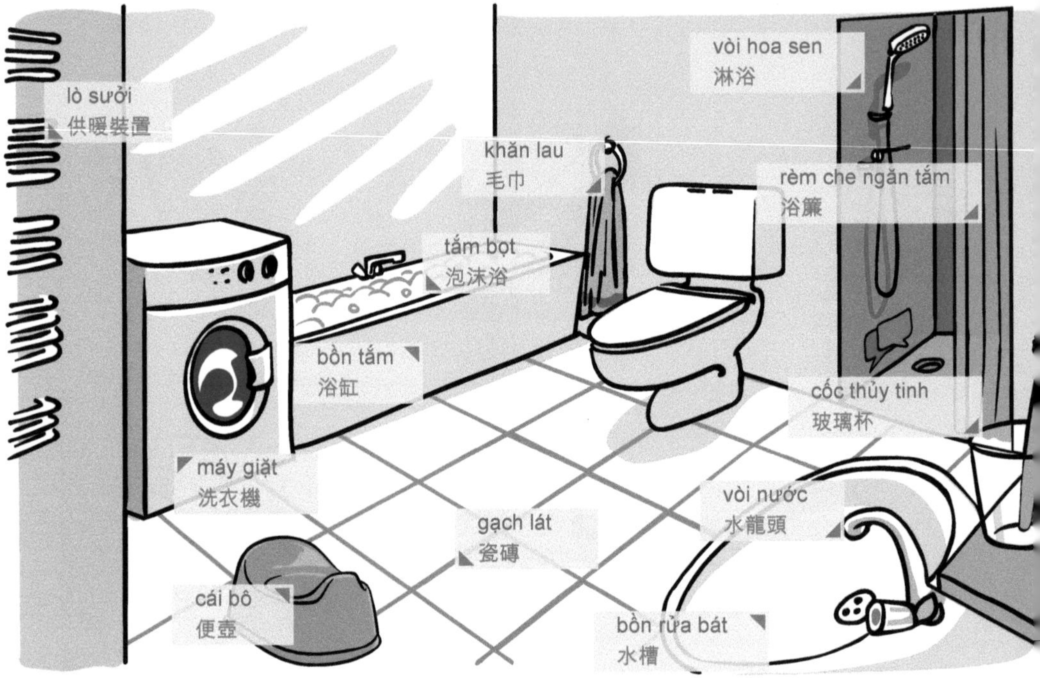

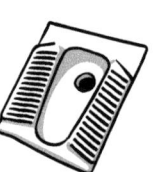

bồn cầu
廁所

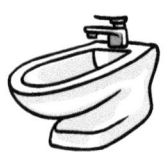

bồn cầu ngồi xổm
蹲便器

bồn rửa hậu môn
坐浴器

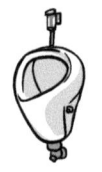

bồn tiểu tiện
小便斗

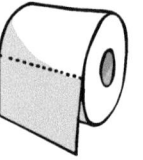

giấy vệ sinh
廁紙

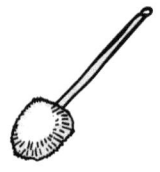

bàn chải cọ bồn cầu
馬桶刷

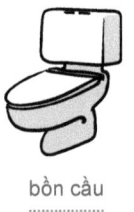

bàn chải đánh răng

牙刷

kem đánh răng

牙膏

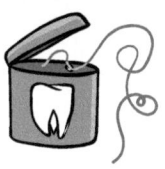

chỉ nha khoa

牙線

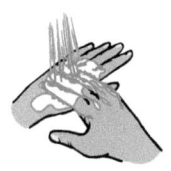

rửa

洗

vòi sen cầm tay

手持式蓮蓬頭

vòi rửa hậu môn

沖洗器

bồn rửa

洗臉盆

bàn chải cọ lưng

洗背刷

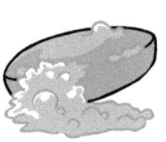

xà phòng

肥皂

sữa tắm

沐浴露

dầu gội

洗髮乳

khăn cọ để tắm

法蘭絨

lỗ thoát nước

排水

kem

乳霜

chất khử mùi

除臭劑

gương

鏡子

gương tay

手鏡

dao cạo râu

刮鬍刀

kem cạo râu

刮鬍泡沫

nước thơm dùng sau khi cạo râu

鬍後水

cái lược

梳子

bàn chải

刷子

máy xấy tóc

吹風機

keo xịt tóc

噴髮定型劑

đồ trang điểm

化妝品

thỏi son môi

唇膏

sơn bôi móng

指甲油

bông

化妝棉

kéo cắt móng

指甲剪

nước hoa

香水

túi đựng đồ tắm

洗漱包

ghế đẩu

凳子

cái cân

計重秤

áo choàng tắm

浴袍

găng tay làm vệ sinh

橡膠手套

nút gạc

衛生棉條

băng vệ sinh

衛生棉

nhà vệ sinh hóa chất

化學廁所

phòng trẻ em

兒童房

đồng hồ báo thức
鬧鐘
thú bông
毛絨玩具
xe đồ chơi
玩具車
cái lúc lắc
撥浪鼓
nhà búp bê
玩具屋
món quà
禮物

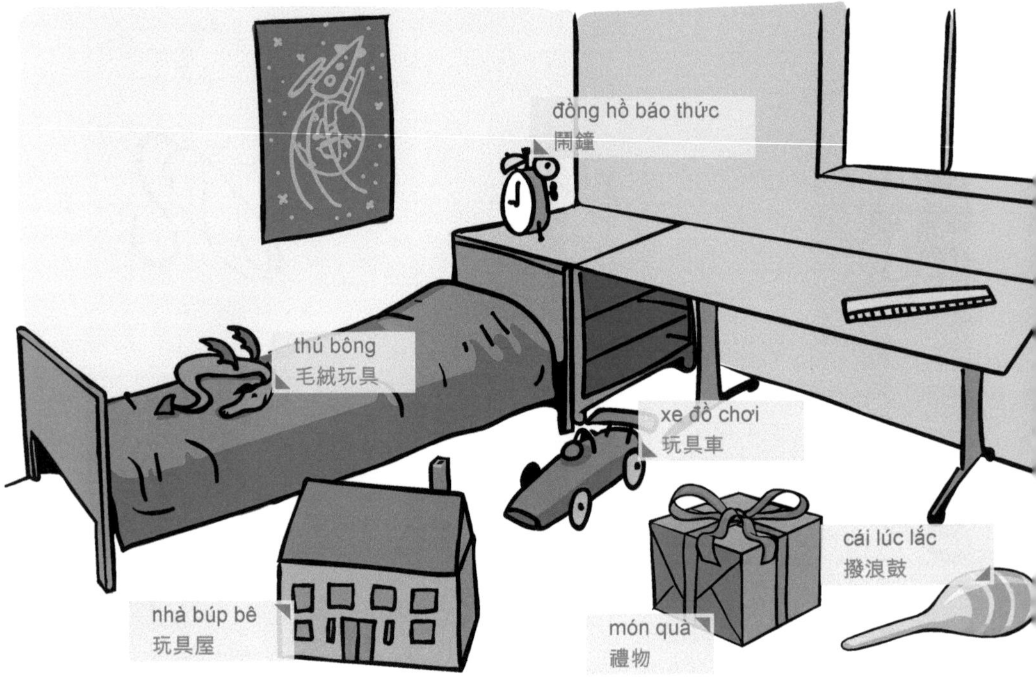

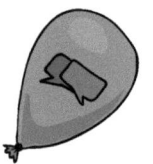

bong bóng

氣球

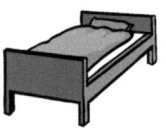

giường

床

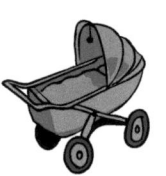

xe nôi

嬰兒車

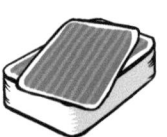

trò chơi bài

撲克牌

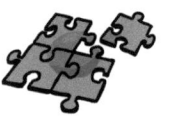

trò chơi ghép hình

拼圖

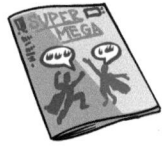

truyện tranh

漫畫

gạch Lego

樂高積木

khối xếp hình

積木玩具

nhân vật hành động

公仔

liền quần cho trẻ sơ sinh

嬰兒服

đĩa nhựa để ném

飛盤

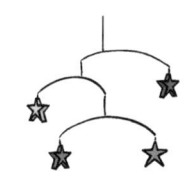

đồ chơi treo trên giường

床鈴玩具

trò chơi cờ bàn

棋盤遊戲

xúc xắc

骰子

đồ chơi xe lửa mô hình

火車模型

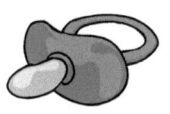

ti giả

安撫奶嘴

buổi tiệc

派對

sách tranh

繪本

quả bóng

球

búp bê

洋娃娃

chơi

玩

hố cát

沙坑

cái đu

鞦韆

đồ chơi

玩具

máy chơi game cầm tay

電玩遊戲

xe ba bánh

三輪車

gấu bông

泰迪熊

tủ quần áo

衣櫃

y phục

衣服

bít tất

襪子

bít tất dài

長襪

quần tất

緊身褲

khăn choàng cổ
圍巾

ô che mưa
雨傘

áp phông
T恤

ây thắt lưng
皮帶

ủng
靴子

dép đi trong nhà
拖鞋

giày sneaker
運動鞋

dép xăng đan
涼鞋

giày
鞋

ủng cao su
雨靴

quần lót
內褲

áo ngực
胸罩

áo vest
背心

áo ôm sát cơ thể

身體

quần dài

褲子

quần bò

牛仔褲

váy

短裙

áo cánh

女式襯衫

áo sơ mi

襯衫

áo len chui đầu

套頭衫

áo len

連帽上衣

áo blazer

西裝夾克

áo jacket

夾克

áo khoác

外套

áo mưa

雨衣

trang phục

套裝

áo váy

連衣裙

áo cưới

婚紗

bộ com lê

西裝

áo ngủ

睡袍

pijama

睡衣

trang phục sari

莎麗

khăn trùm đầu

頭巾

khăn đội đầu

包頭巾

áo burka

波卡

áo captan

卡夫坦

áo aba

(阿拉伯式)長袍

quần áo bơi

泳衣

quần bơi

男式泳褲

quần đùi

短褲

quần áo tracksuit

運動服

tạp dề

圍裙

găng tay

手套

cái cúc

鈕扣

kính mắt

眼鏡

vòng đeo tay

手鏈

vòng cổ

項鍊

nhẫn

戒指

hoa tai

耳環

mũ lưỡi trai

便帽

cái mắc treo áo quần

衣架

mũ

帽子

cà vạt

領帶

dây kéo phéc mơ tuya

拉鍊

mũ bảo hiểm

安全帽

dây đeo quần

背帶

đồng phục học sinh

校服

đồng phục

制服

yếm trẻ em
圍兜

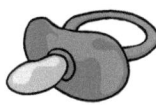

ti giả
安撫奶嘴

tã lót
尿布

văn phòng
辦公室

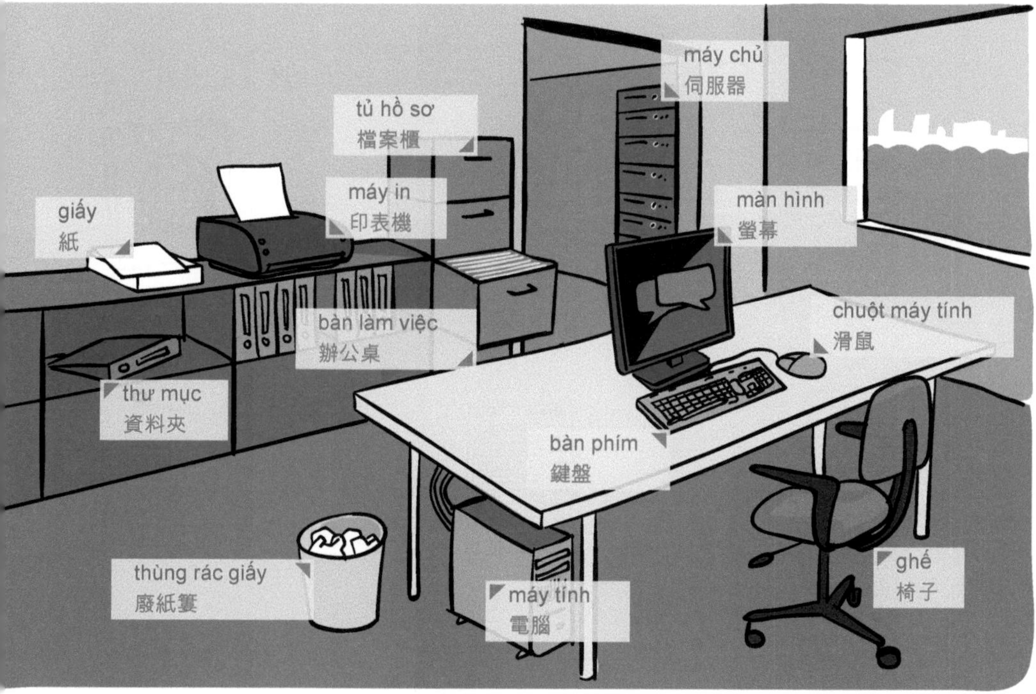

máy chủ
伺服器

tủ hồ sơ
檔案櫃

máy in
印表機

màn hình
螢幕

giấy
紙

chuột máy tính
滑鼠

bàn làm việc
辦公桌

thư mục
資料夾

bàn phím
鍵盤

thùng rác giấy
廢紙簍

ghế
椅子

máy tính
電腦

cốc cà phê
咖啡杯

máy tính bỏ túi
計算機

internet
網際網路

laptop

筆記型電腦

thư

信件

tin nhắn

簡訊

điện thoại di động

行動電話

mạng

網路

máy photocopy

影印機

phần mềm

軟體

điện thoại

電話

ổ cắm điện

插座

máy fax

傳真機

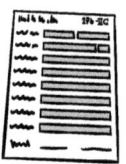

mẫu đơn

表格

chứng từ

檔案

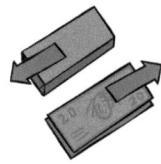

mua

買

trả tiền

付錢

buôn bán

交易

tiền

現金

đô la

美元

Euro

歐元

yên

日元

rúp

盧布

franc Thụy Sĩ

瑞士法郎

nhân dân tệ

人民幣

rupi

盧比

máy rút tiền tự động

提款處

quầy đổi tiền

外幣兌換處

vàng

金

bạc

銀

dầu

石油

năng lượng

能源

giá tiền

價格

hợp đồng

合約

thuế

稅金

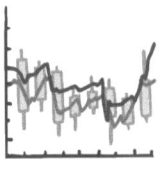

cổ phiếu

股票

làm việc

工作

nhân viên

職員

chủ lao động

老闆

nhà máy

工廠

cửa hiệu

商店

nghề nghiệp
職業

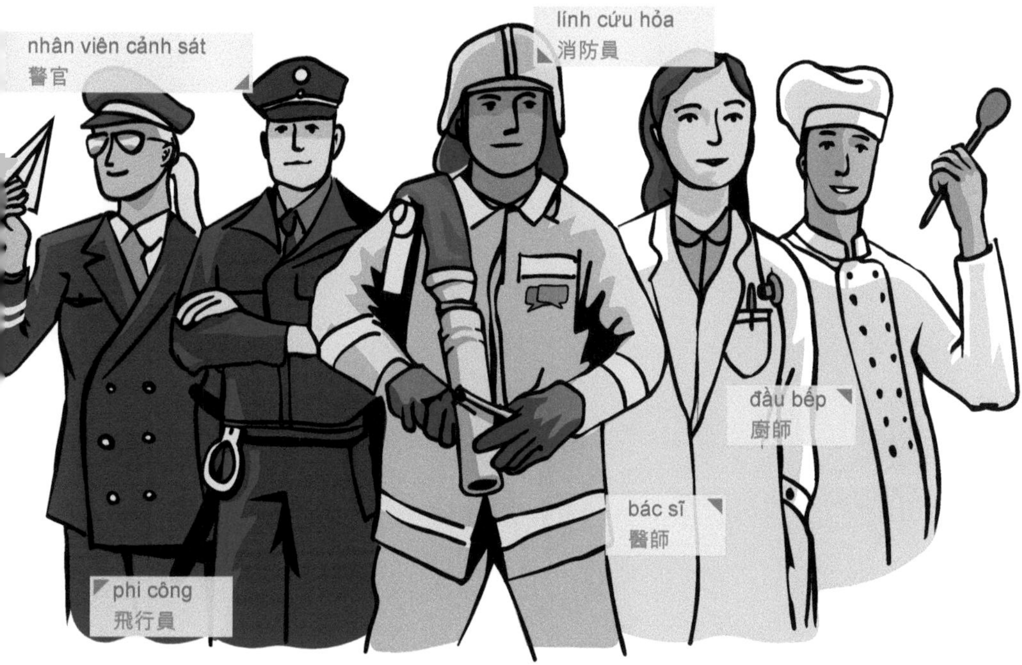
nhân viên cảnh sát
警官
lính cứu hỏa
消防員
đầu bếp
廚師
bác sĩ
醫師
phi công
飛行員

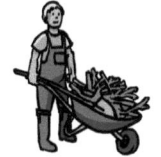

người làm vườn
園丁

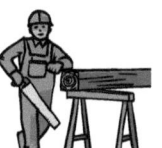

thợ mộc
木匠

thợ may
裁縫

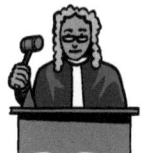

chánh án
法官

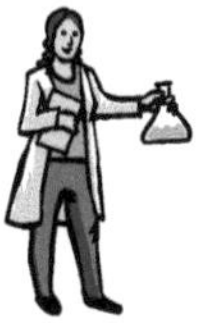

nhà hóa học
化學家

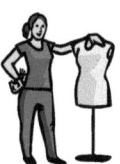

diễn viên
演員

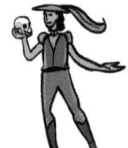

tài xế xe buýt

公車司機

người lái taxi

計程車司機

ngư dân

漁夫

người lau dọn vệ sinh

清洗女工

thợ lợp mái nhà

屋頂工

bồi bàn

服務生

thợ săn

獵人

họa sĩ

畫家

thợ làm bánh

麵包師

thợ điện

電工

thợ xây dựng

建築工人

kỹ sư

工程師

người hàng thịt

屠夫

thợ sửa ống nước

水管工

người đưa thư

郵差

người lính

士兵

kiến trúc sư

建築師

nhân viên thu ngân

收銀員

người bán hoa

花農

thợ cắt tóc

理髮師

nhân viên soát vé

售票員

thợ cơ khí

機械技師

thuyền trưởng

船長

nha sĩ

牙醫

nhà khoa học

科學家

giáo sĩ Do thái

拉比

lãnh tụ Hồi giáo

伊瑪目

nhà sư

和尚

mục sư

牧師

dụng cụ
工具

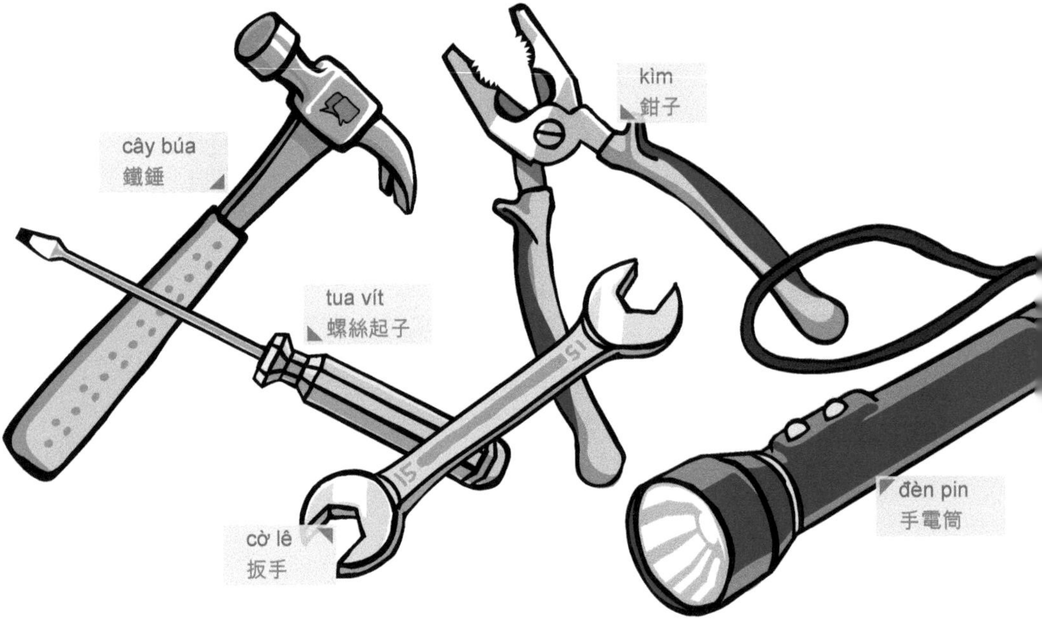
kìm
鉗子
cây búa
鐵錘
tua vít
螺絲起子
đèn pin
手電筒
cờ lê
扳手

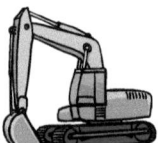

máy xúc đất

挖掘機

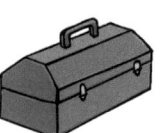

hộp dụng cụ

工具箱

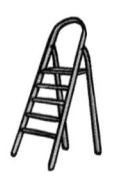

cái thang

梯子

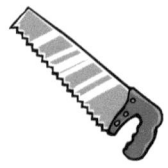

cưa

鋸子

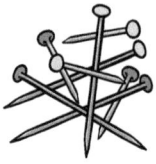

đinh

釘子

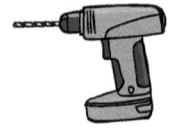

máy khoan

鑽機

sửa chữa
....
修

cái xẻng
....
鏟子

khốn nạn!
....
糟糕！

cái hót rác
....
畚箕

thùng sơn
....
油漆桶

vít
....
螺絲

nhạc cụ
樂器

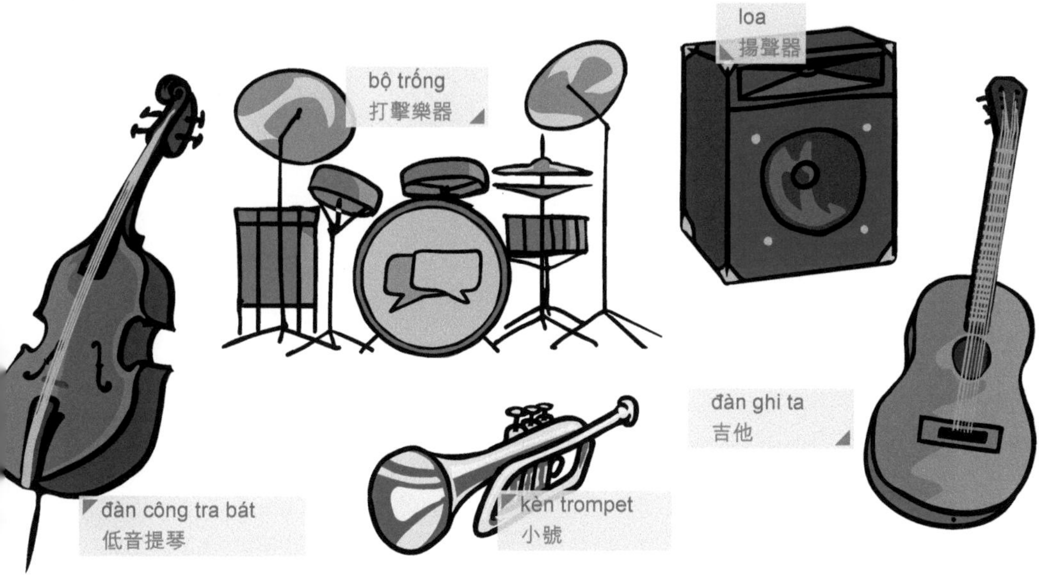

loa
揚聲器

bộ trống
打擊樂器 ◢

đàn ghi ta
吉他 ◢

đàn công tra bát
低音提琴

kèn trompet
小號

đàn piano

鋼琴

đàn vĩ cầm

小提琴

ghi ta bass

貝斯

trống định âm

定音鼓

trống

鼓

đàn organ

電子琴

kèn Saxophone

薩克斯風

sáo

長笛

micro

麥克風

lối vào
入口

con cọp
老虎

lồng
籠子

ngựa vằn
斑馬

thức ăn gia súc
動物飼料

gấu trúc
熊貓

động vật

動物

con voi

大象

chuột túi

袋鼠

tê giác

犀牛

khỉ đột

大猩猩

con gấu

熊

lạc đà

駱駝

đà điểu

鴕鳥

sư tử

獅子

con khỉ

猴子

hồng hạc

紅鶴

con vẹt

鸚鵡

gấu bắc cực

北極熊

chim cánh cụt

企鵝

cá mập

鯊魚

con công

孔雀

con rắn

蛇

cá sấu

鱷魚

người trông giữ vườn bách
thú

動物園管理員

hải cẩu

海豹

báo đốm

美洲豹

vườn bách thú - 動物園

ngựa lùn

矮種馬

con báo

豹

hà mã

河馬

hươu cao cổ

長頸鹿

đại bàng

老鷹

heo rừng

野豬

cá

魚

con rùa

龜

hải mã

海象

con cáo

狐狸

linh dương

羚羊

bóng bầu dục Mỹ
橄欖球

đua xe đạp
騎腳踏車

quần vợt
網球

bóng rổ
籃球

bơi
游泳

khúc côn cầu trên băng
冰球

đấm bốc
拳擊

bóng đá
美式足球

cầu lông
羽毛球

điền kinh
田徑

bóng ném
手球

trượt tuyết
滑雪

polo
馬球

nhảy
跳

cười
笑

ôm
擁抱

đi bộ
走路

ca hát
唱

mơ
做夢

cầu nguyện
祈禱

hôn
親吻

viết
書寫

vẽ
畫

chỉ trỏ
展示

đẩy
推

cho
給

lấy đi
拿

có

有

làm

做

thì / là

當

đứng

站

chạy

跑

kéo

拉

ném

丟

rơi

摔倒

nằm

躺

chờ đợi

等待

mang vác

攜帶

ngồi

坐

mặc quần áo

穿衣

ngủ

睡覺

thức dậy

醒來

xem
看

khóc
哭

vuốt ve
擊

chải
梳頭

nói chuyện
交談

hiểu
明白

câu hỏi
問

nghe
聽

uống
喝

ăn
吃

dọn dẹp
清理

yêu
愛

nấu nướng
做飯

lái xe
開車

bay
飛

các hoạt động - 活動

đi thuyền buồm

航行

tính toán

計算

đọc

讀

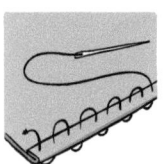

học

學習

làm việc

工作

cưới

結婚

khâu vá

縫

đánh răng

刷牙

giết

殺

hút thuốc

抽菸

gửi đi

寄

gia đình
家

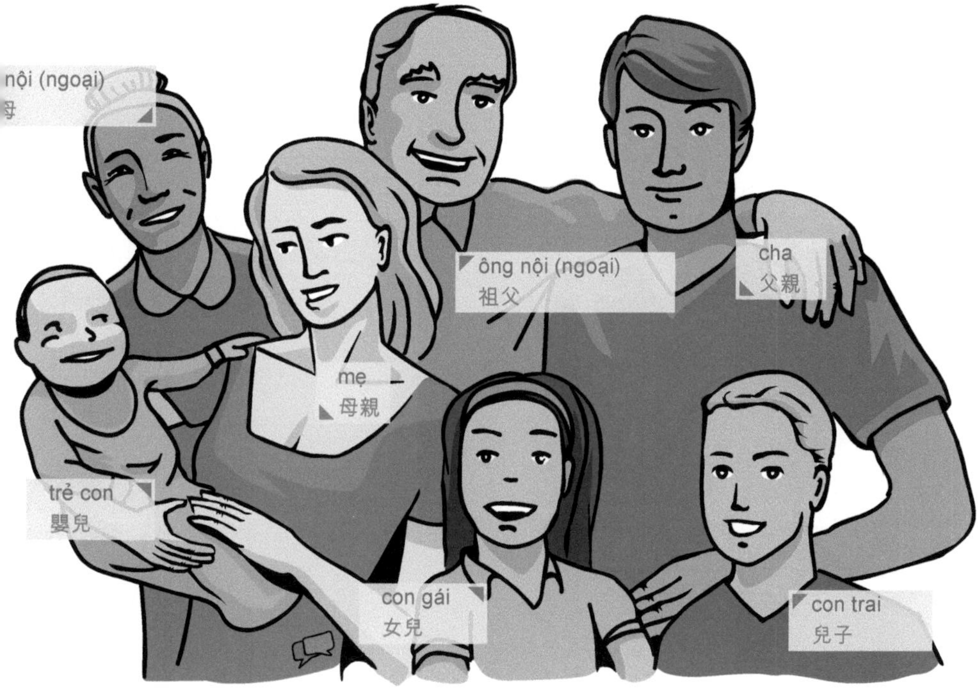
nội (ngoại)
ông nội (ngoại)
祖父
cha
父親
mẹ
母親
trẻ con
嬰兒
con gái
女兒
con trai
兒子

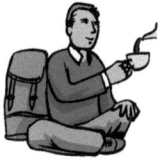

khách

客人

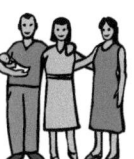

cô (dì)

阿姨

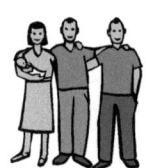

chú, bác (cậu)

叔叔

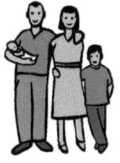

anh (em) trai

兄弟

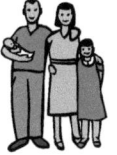

chị (em) gái

姐妹

cơ thể
身體

trán
前額
mắt
眼睛
mặt
臉
cằm
下巴
ngực
乳房
ngón tay
手指
bàn tay
手
cánh tay
手臂
vai
肩膀
chân
腿

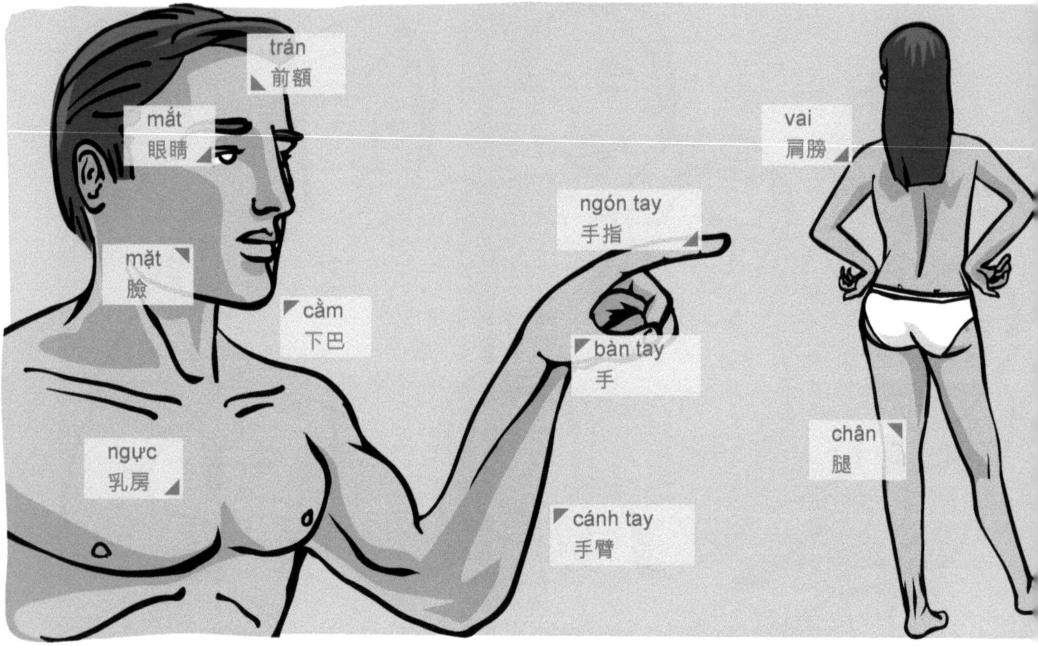

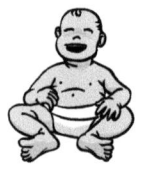

trẻ con
嬰兒

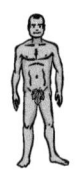

đàn ông
男人

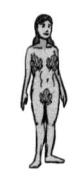

phụ nữ
女人

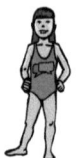

bé gái
女孩

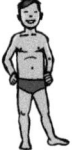

bé trai
男孩

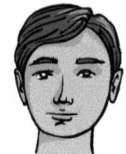

đầu
頭

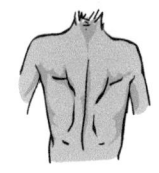

lưng

背部

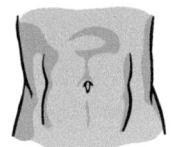

bụng

肚子

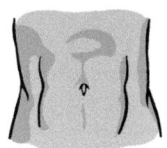

rốn

肚臍

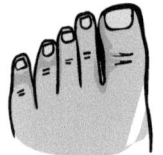

ngón chân

腳趾

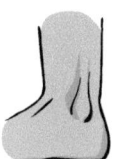

gót chân

腳後跟

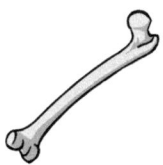

xương

骨頭

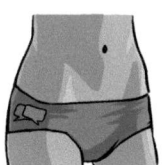

hông

臀部

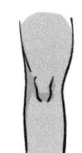

đầu gối

膝蓋

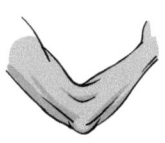

khuỷu tay

手肘

mũi

鼻子

mông

屁股

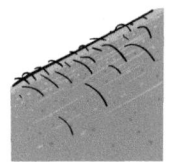

da

皮膚

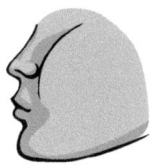

má

臉頰

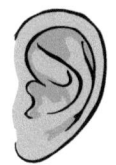

tai

耳朵

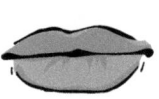

môi

嘴唇

miệng

嘴

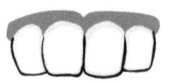

răng

牙齒

lưỡi

舌頭

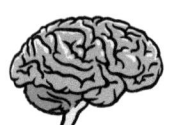

não

腦

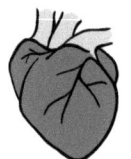

tim

心臟

cơ bắp

肌肉

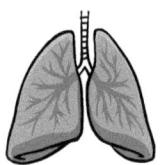

phổi

肺

gan

肝臟

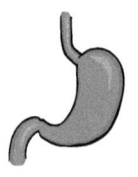

dạ dày

胃

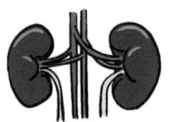

thận

腎臟

giao hợp

性交

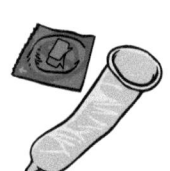

bao cao su

保險套

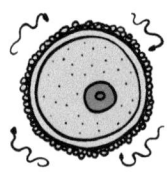

noãn

卵子

tinh dịch

精子

mang thai

懷孕

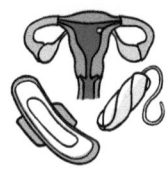

kinh nguyệt

月事

âm vật

陰道

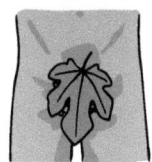

dương vật

陰莖

lông mày

眉毛

tóc

頭髮

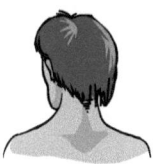

cổ

脖子

bệnh viện
醫院

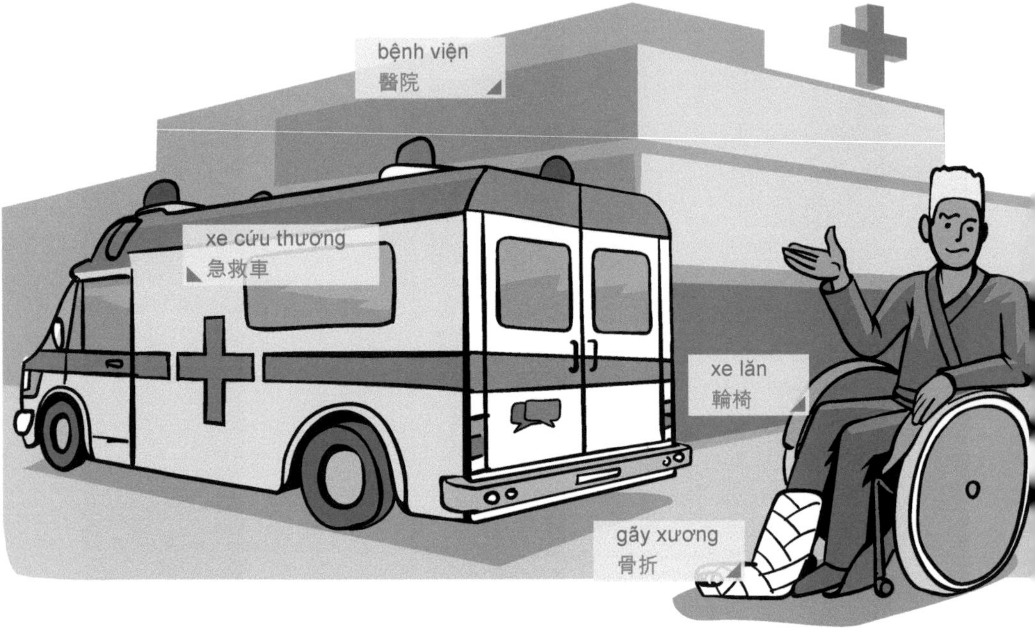

bệnh viện
醫院
xe cứu thương
急救車
xe lăn
輪椅
gãy xương
骨折

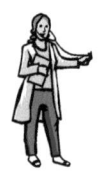

bác sĩ

醫師

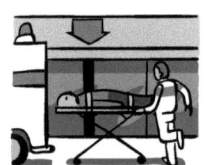

phòng cấp cứu

急診室

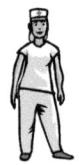

y tá

護理師

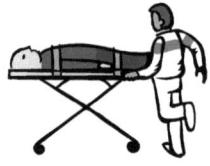

cấp cứu

緊急情形

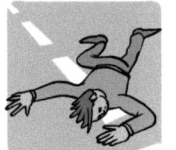

bất tỉnh

昏迷

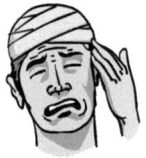

cơn đau

痛

bị thương

受傷

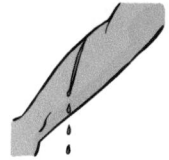

chảy máu

出血

nhồi máu cơ tim

心臟病發作

đột quỵ

中風

dị ứng

過敏

ho

咳嗽

sốt

發燒

cúm

流感

tiêu chảy

腹瀉

đau đầu

頭痛

ung thư

癌症

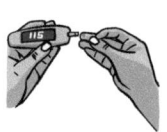

bệnh tiểu đường

糖尿病

bác sĩ phẫu thuật

外科醫師

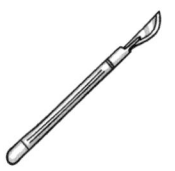

dao mổ

手術刀

giải phẫu

手術

chụp cắt lớp

電腦斷層掃描

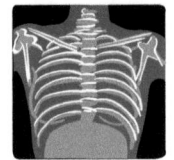

chụp x-quang

X光

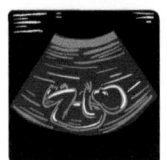

siêu âm

超音波

mặt nạ

口罩

bệnh

疾病

phòng đợi

候診室

cái nạng

拐杖

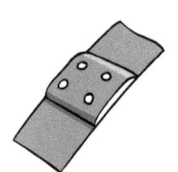

băng dán vết thương

石膏

băng bó

繃帶

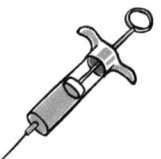

tiêm thuốc

注射

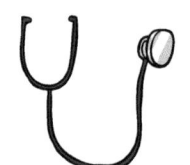

ống nghe khám bệnh

聽診器

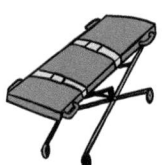

băng ca

擔架

nhiệt kế

體溫計

sinh đẻ

出生

thừa cân

超重

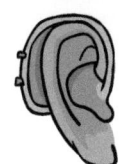

máy trợ thính

助聽器

chất khử trùng

消毒液

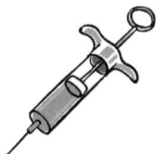

nhiễm trùng

感染

vi rút

病毒

HIV / AIDS

愛滋病

thuốc

藥物

tiêm chủng

接種疫苗

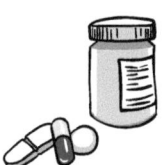

thuốc viên

藥片

viên thuốc

藥丸

gọi cấp cứu

急救電話

máy đo huyết áp

血壓計

bệnh / khỏe mạnh

生病/健康

cứu!

救命！

cuộc đột kích

突擊

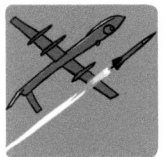

sự tấn công

攻擊

mối nguy hiểm

危險

lối thoát hiểm

緊急出口

cháy!

失火了！

bình chữa cháy

滅火器

tai nạn

意外

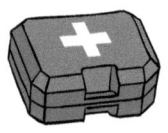

bộ dụng cụ sơ cứu

急救箱

SOS

呼救訊號

cảnh sát

員警

báo động

警報

châu Âu

歐洲

Bắc Mỹ

北美洲

Nam Mỹ

南美洲

châu Phi

非洲

châu Á

亞洲

châu Úc

澳洲

Đại Tây Dương

大西洋

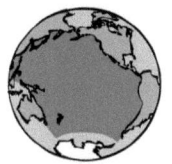

Thái Bình Dương

太平洋

Ấn Độ Dương

印度洋

Nam Cực Dương

南冰洋

Bắc Băng Dương

北冰洋

bắc cực

北極

nam cực

南極

nam cực

南極洲

trái đất

地球

đất liền

陸地

biển

海

đảo

島

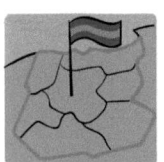

quốc gia

國家

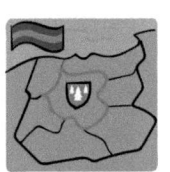

nhà nước

州

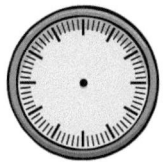

mặt đồng hồ

錶盤

kim chỉ giờ

時針

kim chỉ phút

分針

kim chỉ giây

秒針

Bây giờ là mấy giờ?

現在幾點？

ngày

天

thời gian

時間

bây giờ

現在

đồng hồ điện tử

電子錶

phút

分

giờ

時

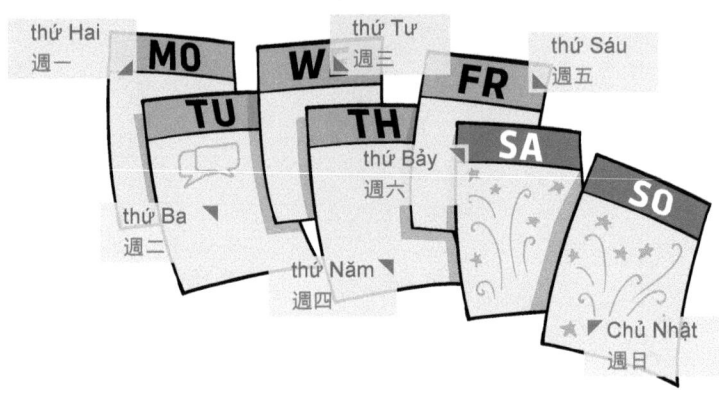

thứ Hai 週一 · MO
thứ Tư 週三 · W
thứ Sáu 週五 · FR
TU
TH
thứ Bảy 週六 · SA
thứ Ba 週二
thứ Năm 週四
SO
Chủ Nhật 週日

hôm qua
....
昨天

hôm nay
....
今天

ngày mai
....
明天

buổi sáng
....
早晨

buổi trưa
....
中午

buổi tối
....
晚上

ngày làm việc
....
工作日

cuối tuần
....
週末

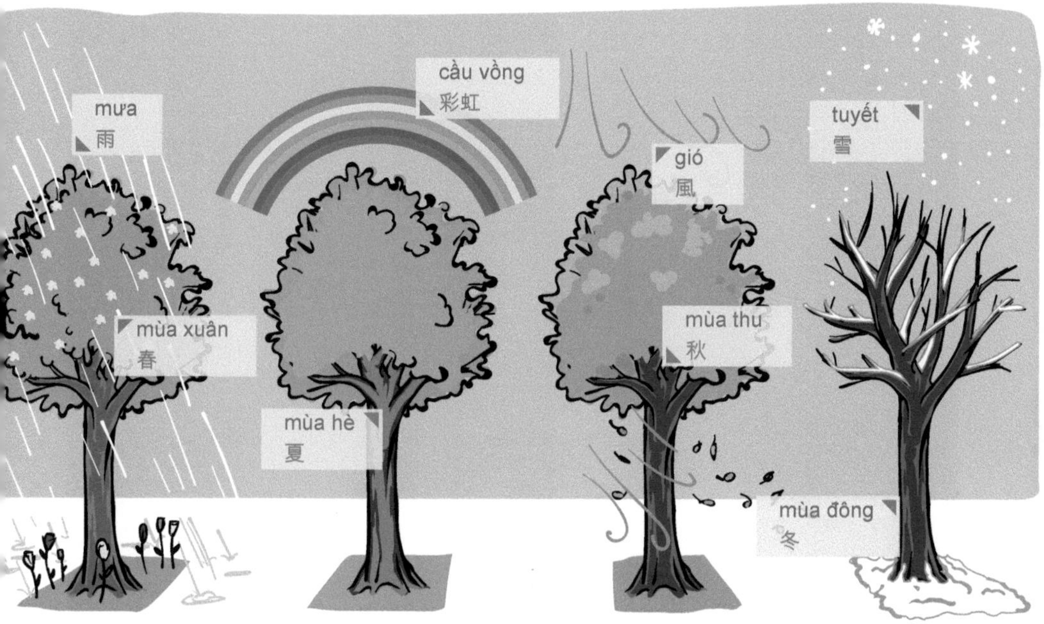

mưa
雨
cầu vồng
彩虹
gió
風
tuyết
雪
mùa xuân
春
mùa hè
夏
mùa thu
秋
mùa đông
冬

4.APRIL 11°
5.APRIL 4°
6.APRIL 13°
7.APRIL 8°
8.APRIL 10°

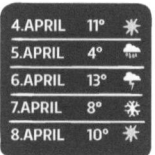

dự báo thời tiết

天氣預告

F C
120 40
90 30
60 20
30 10
0 0
-30 -10
-20

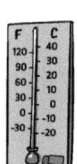

nhiệt kế

溫度計

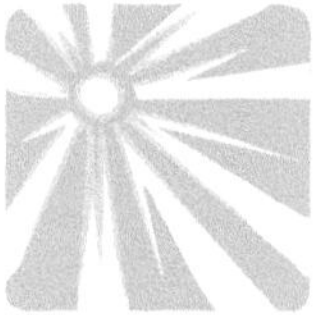

ánh nắng

陽光

mây

雲

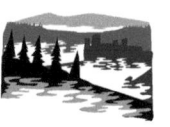

sương mù

霧

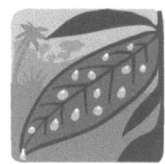

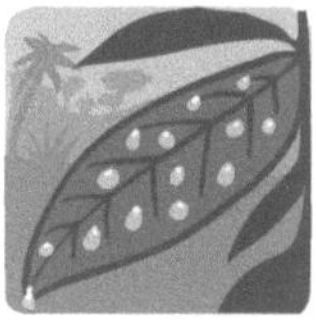

độ ẩm không khí

潮濕

tia chớp

閃電

sấm sét

打雷

cơn bão

風暴

mưa đá

冰雹

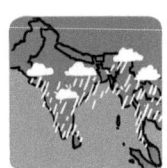

gió mùa

季風

lũ lụt

洪水

nước đá

冰

tháng Một

一月

tháng Hai

二月

tháng Ba

三月

tháng Tư

四月

tháng Năm

五月

tháng Sáu

六月

tháng Bảy

七月

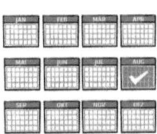

tháng Tám

八月

tháng Chín

九月

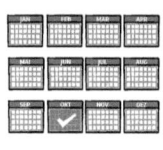

tháng Mười

十月

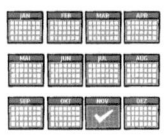

tháng Mười Một

十一月

tháng Mười Hai

十二月

hình dạng

形狀

hình tròn

圓形

hình vuông

正方形

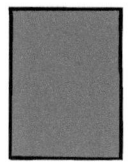

hình chữ nhật

長方形

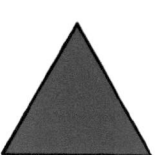

hình tam giác

三角形

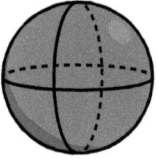

hình cầu

球體

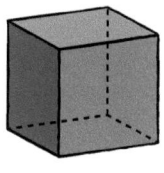

khối vuông

立方體

màu trắng

白

màu vàng

黃

màu cam

橙

màu hồng

粉

màu đỏ

紅

màu tím

紫

màu xanh dương

藍

màu xanh lá cây

綠

màu nâu

棕

màu xám

灰

màu đen

黑

nhiều / ít

很多/少許

tức tối / điềm tĩnh

生氣/平靜

xinh đẹp / xấu xí

美/醜

bắt đầu / kết thúc

首/尾

to / nhỏ

大/小

sáng / tối

明/暗

nh (em) trai / chị (em) gái

兄弟/姐妹

sạch / bẩn

乾淨/骯髒

đủ / thiếu

完整/缺失

ngày / đêm

白天/晚上

chết / sống

死/生

rộng / chật hẹp

寬/窄

ăn được / không ăn được

可食用/非食用

ác / tử tế

邪惡/善良

hào hứng / chán nản

興奮/無聊

béo / gầy

胖/瘦

đầu tiên / cuối cùng

第一/最後

bạn / thù

朋友/敵人

đầy / rỗng

滿/空

cứng / mềm

硬/軟

nặng / nhẹ

重/輕

đói / khát

餓/渴

bệnh / khỏe mạnh

生病/健康

bất hợp pháp / hợp pháp

非法/合法

thông minh / ngu

聰明/愚笨

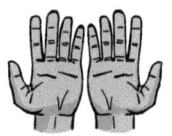

trái / phải

左/右

gần / xa

近/遠

mới / cũ

新/舊

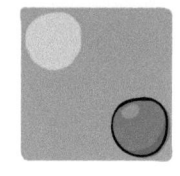

không có gì cả / có cái gì đó

沒有/有些

già / trẻ

老/幼

bật / tắc

開/關

mở / đóng

打開/闔上

im lặng / ồn ào

安靜/吵鬧

giàu / nghèo

富/窮

đúng / sai

對/錯

sần sùi / mịn màng

粗糙/光滑

buồn / vui

傷心/高興

ngắn / dài

短/長

ẩm ướt / khô ráo

濕/乾

ấm áp / mát mẻ

溫暖/涼爽

chậm / nhanh

慢/快

chiến tranh / hòa bình

戰爭/和平

0

số không

零

1

một

一

2

hai

二

3

ba

三

4

bốn

四

5

năm

五

6

sáu

六

7

bảy

七

8

tám

八

9

chín

九

10

mười

十

11

mười một

十一

12

mười hai

十二

13

mười ba

十三

14

mười bốn

十四

15

mười lăm

十五

16

mười sáu

十六

17

mười bảy

十七

18

mười tám

十八

19

mười chín

十九

20

hai mươi

二十

100

một trăm

百

1.000

một ngàn

千

1.000.000

một triệu

百萬

tiếng Anh

英語

tiếng Anh Mỹ

美式英語

tiếng Quan Thoại

普通話

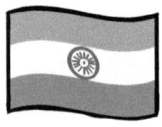

tiếng Hin-di

印地語

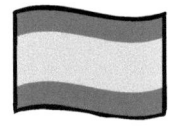

tiếng Tây Ban Nha

西班牙語

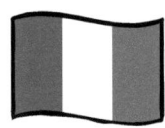

tiếng Pháp

法語

tiếng Ả-rập

阿拉伯語

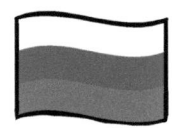

tiếng Nga

俄語

tiếng Bồ Đào Nha

葡萄牙語

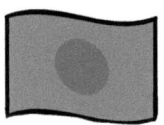

tiếng Bengal

孟加拉語

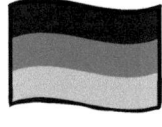

tiếng Đức

德語

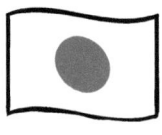

tiếng Nhật

日語

tôi
....
我

bạn
....
你

anh ta / cô ta / nó
....
他/她/它

chúng tôi
....
我們

các bạn
....
你們

họ
....
他們

ai?
....
誰？

cái gì?
....
什麼？

như thế nào?
....
如何？

ở đâu?
....
何處？

lúc nào?
....
何時？

tên
....
名字

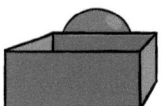

phía sau

後面

ở trong

裡面

phía trước

前面

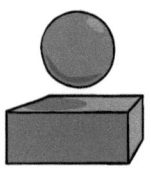

phía trên

上方

ở trên

上面

ở dưới

下麵

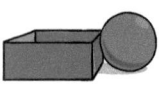

bên cạnh

旁邊

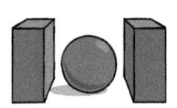

ở giữa

中間

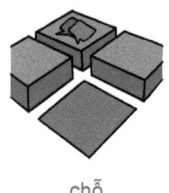

chỗ

地點